NGHI THỨC TỤNG GIỚI
DU GIÀ BỒ TÁT

NGHI THỨC TỤNG GIỚI DU GIÀ BỒ TÁT

Biên soạn: THÍCH HUYỀN CHÂU

Trình bày: Nguyễn Minh Tiến
Thiết kế bìa sách: Phan Thị Sao Mai

Nhà xuất bản Liên Phật Hội (United Buddhist Publisher)
xuất bản lần thứ nhất tại Hoa Kỳ - Tháng 3/2020

ISBN-13: 979-8-6228-9274-5

Copyright © VPH Bồ-đề Phật Quốc - 2020

VIỆN PHẬT HỌC BỒ-ĐỀ PHẬT QUỐC

Biên soạn: THÍCH HUYỀN CHÂU

NGHI THỨC TỤNG GIỚI DU GIÀ BỒ TÁT

NHÀ XUẤT BẢN LIÊN PHẬT HỘI
UNITED BUDDHIST PUBLISHER

NGHI THỨC
TỤNG GIỚI DU GIÀ BỒ TÁT

TÁN PHẬT:

    Đấng pháp vương vô thượng

    Ba cõi chẳng ai bằng

    Thầy dạy khắp trời người

    Cha lành chung bốn loài

    Quy y tròn một niệm

    Dứt sạch nghiệp ba kỳ

    Xưng dương và tán thán

    Ức kiếp không cùng tận.

Phật chúng sanh tánh thường rỗng lặng

Đạo cảm thông không thể nghĩ bàn

Lưới Đế Châu ví đạo tràng

Mười phương Phật bảo, hào quang sáng ngời

Trước bảo tọa thân con ảnh hiện

Cúi đầu xin thệ nguyện quy y. (1 xá)

XƯỚNG LỄ:

- Chí tâm đảnh lễ: Nam mô Tận hư không, biến pháp giới, quá, hiện, vị lai thập phương chư Phật, tôn

Pháp, hiền thánh Tăng, thường trú Tam bảo. (1 lạy)

- Chí tâm đảnh lễ: Nam mô Ta bà Giáo chủ, Bổn sư Thích Ca Mâu Ni Phật, Long hoa Giáo chủ đương lai hạ sanh Di Lặc Tôn Phật, Đại trí Văn Thù Sư Lợi Bồ tát, Đại hạnh Phổ Hiền Bồ tát, Hộ Pháp chư tôn Bồ tát, Linh sơn Hội thượng Phật Bồ tát. (1 lạy)

- Chí tâm đảnh lễ: Nam mô Tây phương Cực Lạc thế giới Đại từ Đại bi A Di Đà Phật, Đại bi Quán Thế Âm Bồ tát, Đại Thế Chí Bồ tát, Đại nguyện Địa Tạng Vương Bồ tát, Thanh tịnh Đại hải chúng Bồ tát. *(1 lạy)*

TÁN HƯƠNG:

Hương xông đảnh báu

Giới định huệ hương

Giải thoát tri kiến quý khôn lường

Ngào ngạt khắp muôn phương

Thanh tịnh tâm hương

Đệ tử nguyện cúng dường.

Nam mô Hương Cúng Dường Bồ tát. *(3 lần)*

TỤNG KỆ TÁN LUẬT:

Giới luật cao siêu mầu nhiệm

Cơ duyên may được thọ trì

Xin nguyện đi vào biển tuệ

Tinh thông giáo nghĩa huyền vi.

Nam mô Khai Luật Tạng Bồ Tát. *(3 lần)*

CHỦ LỄ XƯỚNG:

Chúng Bồ tát lắng nghe! Sau khi đức Phật diệt độ, trong thời mạt pháp, nên tôn kính giới luật. Giới luật ở đây chính là giới pháp nầy vậy.

Người trì giới như đi trong tối gặp được ánh sáng, như người nghèo được của báu, như người bịnh được lành, người như tù được thả, như người đi xa được trở về nhà. Nên biết giới nầy là vị Thầy sáng suốt, như đức Phật lúc còn tại thế vậy.

Chúng Bồ tát lắng nghe! Nay tôi sắp tụng giới Du già Bồ tát. Nếu trong đây vị nào biết mình có lỗi thì nên sám hối. Sám hối thì được an vui. Không sám hối thì tội lỗi càng thêm nặng. Người không có lỗi thì yên lặng. Vì yên lặng nên biết đại chúng thanh tịnh.

ĐẠI CHÚNG ĐỒNG TỤNG:

Bồ tát trụ luật nghi giới như vậy, có bốn pháp tha thắng xứ. Những gì là bốn?

Một là, tự tán hủy tha:

Các Bồ tát nếu vì mục đích tham cầu lợi dưỡng cung kính mà tự khen mình chê người. Đây là pháp tha thắng xứ thứ nhất.

Hai là, xan lẫn tài pháp:

Các Bồ tát sẵn có tư tài, nhưng do bản tính tham lam tiếc của, nên khi có người nghèo khổ, không ai che chở, không người nương tựa, đến trước mặt cầu xin tài vật; mà không tỏ lòng thương xót, cũng không thí xả tài vật; hoặc có người đến trước mặt cầu xin pháp thí, nhưng do bản tánh tiếc lẫn, nên tuy có pháp mà không thí cho. Đây là pháp tha thắng xứ thứ hai.

Ba là, sân hận không xả:

Các Bồ tát nếu để gia tăng phẫn triền với hình thái như vậy. Do nhân duyên này, không chỉ phát ra lời nói thô bạo rồi thôi, mà còn bị khống chế bởi phẫn nộ, nên dùng tay chân, đất đá, dao gậy, đánh đập, gây ra thương tích tổn hại hữu tình. Trong lòng ôm ấp ý hướng phẫn hận mãnh liệt, nên dầu người xúc phạm kia có đến tạ lỗi cũng không chấp nhận, tha thứ khoan dung, buông bỏ oán kết. Đây là pháp tha thắng xứ thứ ba.

Bốn là, bài bác Chánh pháp:

Các Bồ tát nếu bài bác Bồ tát tạng, ưa thích, tuyên truyền, chủ xướng tương tự chánh pháp. Đối với pháp tương tự hoặc chính mình tin tưởng, hoặc tùy thuận theo kẻ khác. Đây là pháp tha thắng xứ thứ tư.

Như vậy là bốn tha thắng xứ của Bồ tát.

Lại nữa, đây là các giới khinh của Bồ tát:

Giới khinh 1: Không cúng dường Tam bảo.

Bồ tát an trụ tịnh giới luật nghi của Bồ tát, mà trong mỗi ngày đối với Như Lai, hoặc đối với các chế-đa được dựng lên để thờ Phật, hoặc đối với Chánh pháp, hoặc đối với kinh điển được soạn tập vì Chánh pháp, tức Tố-đát-lãm tạng, Ma-đát-lí-ca của Bồ tát, hoặc đối với Tăng già, chúng Bồ tát trong mười phương đã bước lên đại địa, đối với những nơi ấy mà thân nghiệp không cúng dường bằng các phẩm vật cúng dường dù ít dù nhiều, cho đến lễ kính chí ít bằng một lạy; ngữ nghiệp không tán dương các công đức chân thật của Phật Pháp Tăng chí ít bằng bài tụng bốn câu; cho đến tâm tư không niệm tưởng công đức chân thật của Phật Pháp Tăng dù chí ít bằng một niệm tịnh tín; mà để cho ngày đêm luống qua. Đây là có phạm, có vi việt.

Nếu do không cung kính, do biếng nhác chây lười mà phạm; đây là vi phạm thuộc nhiễm.

Nếu do nhầm lẫn, quên mất chánh niệm mà phạm, nhưng là vi phạm phi nhiễm. Nếu do tâm cuồng loạn, nếu đã nhập địa vị tịnh ý lạc thì luôn luôn không phạm.

Bồ tát do đạt được ý lạc thanh tịnh, như tỳ kheo đạt được chứng tịnh, hằng thời do pháp tánh tự nhiên mà phụng sự Phật Pháp Tăng, và cúng dường bằng các phẩm vật cúng dường tối thắng.

Giới khinh 2: Tham cầu lợi dưỡng.

Bồ tát có đại dục, không biết hỷ túc, tham cầu lợi dưỡng cung kính. Đó là có phạm có vi việt. Đây là vi phạm thuộc nhiễm.

Nếu vì để đoạn trừ điều đó mà phát khởi ước muốn, phát cần tinh tấn, nhiếp trì đối trị phần, tuy có nỗ lực ngăn chặn nó, nhưng sự khống chế của phiền não cực kỳ mãnh liệt cho nên nó vẫn tái diễn hiện hành. Đây là không phạm.

Giới khinh 3: Không kính đồng pháp

Bồ tát khi thấy các đồng pháp thuộc hàng trưởng thượng, có đức khả kính, nhưng do bị khống chế bởi kiêu mạn, tâm tư hiềm hận, tâm tư thù nghịch, không đứng dậy nghinh đón, không dọn chỗ mời ngồi. Hoặc có những người đi đến đàm luận, chúc tụng thỉnh vấn, nhưng do bị khống chế bởi kiêu mạn, tâm tư hiềm hận, tâm tư thù nghịch, mà không hiện tiền đáp ứng bằng sự hồi đáp với ngôn từ chính đáng. Đó là có phạm có vi việt. Đây là vi phạm thuộc nhiễm.

Nếu không phải do bị khống chế bởi kiêu mạn, không tâm hiềm hận, không tâm thù nghịch, nhưng do biếng nhác, chây lười, quên lãng, không tâm ghi nhớ; đây là có phạm, có vi việt, nhưng là vi phạm phi nhiễm.

Nếu vì vương phải trọng bịnh, hoặc tâm cuồng loạn, hoặc mình đang ngủ mà người khác tưởng thức nên đến tiếp xúc, trò chuyện luận bàn, chúc tụng hỏi han; hoặc mình đang thuyết pháp cho người khác, hay đang quyết đoán luận nghị; hoặc đang chào hỏi người khác; hoặc đang lắng nghe người khác thuyết pháp luận nghị quyết đoán; hoặc vì mục đích hộ trì tâm của vị thuyết pháp khi có sự gây nhiễu loạn; hoặc muốn bằng phương tiện này mà thuần phục giáo dục chúng sanh ấy, dẫn ra khỏi chỗ bất thiện, đặt vào chỗ thiện; hoặc hộ trì ước chế của Tăng; hoặc để hộ trì tâm của đa số những hữu tình khác, nên không đáp trả. Thảy đều không phạm.

Giới khinh 4: Không nhận lời người thỉnh.

Bồ tát, nếu có người đến chiêu thỉnh, hoặc chiêu đãi tại nhà, hoặc đến các chùa khác, hay nhà khác, hiến tặng các thứ ẩm thực, y phục và các tư sinh cụ khác, nhưng do bị khống chế bởi kiêu mạn, tâm tư hiềm hận, tâm tư thù nghịch, nên không đến nơi đó, không tiếp nhận phẩm vật. Đó là có phạm, có vi việt. Đây là vi phạm thuộc nhiễm.

Nếu do biếng nhác, chây lười, quên lãng, tâm không ghi nhớ, nên không đến nơi đó, không tiếp nhận phẩm vật; đây là có phạm, có vi việt, nhưng là vi phạm phi nhiễm.

Nếu vương tật bịnh, hoặc không đủ năng lực, hoặc tâm cuồng loạn; hoặc nơi ấy xa xôi; hoặc đường đi có sự nguy hiểm; hoặc muốn bằng phương tiện ấy mà thuần phục giáo dục người ấy, dẫn ra khỏi chỗ bất thiện, đặt vào chỗ thiện; hoặc nơi khác đã mời trước; hoặc vì mục đích tu tập các thiện phẩm không để gián đoạn, muốn hộ trì thiện phẩm khiến không bị tạm thời phế bỏ; hoặc vì nguyên nhân làm mất cơ hội nghe ý nghĩa pháp vốn dẫn đến nghĩa lợi, điều mà trước kia chưa từng nghe; như mục đích không thoái thất nghĩa lý của pháp đã được nghe, nên biết, các quyết đoán luận nghị, cũng vậy; hoặc biết rõ tâm người ấy chiêu thỉnh chỉ với mục đích gây tổn hại; hoặc vì mục đích hộ trì tâm tư hiềm hận của nhiều hữu tình khác; hoặc chấp hành Tăng chế. Thảy đều không phạm.

Giới khinh 5: Không nhận hiến cúng.

Bồ tát, khi người khác mang đến các thứ bảo vật như vàng, bạc, ma-ni, trân châu, lưu ly; mang đến các thứ phẩm vật cúng dường thượng hạng bằng tài lợi; ân cần hiến cúng, nhưng do tâm hiềm hận, tâm thù nghịch nên cự tuyệt không nhận. Vì xả hữu tình nên đó là có phạm, có vi việt. Đây là vi phạm thuộc nhiễm. Nhưng do biếng nhác, chây lười mà từ chối không nhận; đây là có phạm, có vi việt, nhưng là vi phạm phi nhiễm.

Hoặc tâm cuồng loạn, hoặc quán sát thấy sau khi thọ nhận tâm sinh đắm trước, hoặc quán sát thấy về sau người kia nhất định hối tiếc, hoặc cũng biết người kia vì mê loạn mà bố thí, hoặc thí chủ hào phóng đối với thí xả và do nhân duyên này nên sẽ nghèo túng; hoặc biết đó là vật của Tăng, vật của tháp; hoặc biết vật ấy trộm của người khác, do nhân duyên này có thể bị giết, bị trói, hoặc bị phạt gậy, hoặc bị tước đoạt, hoặc bị khiển trách; vì thế cự tuyệt không nhận. Thảy đều không phạm.

Giới khinh 6: Không bố thí pháp.

Bồ tát, khi có người khác đến cầu pháp, nhưng do tâm tư hiềm hận, tâm tư thù nghịch, bị biến chất bởi tật đố, nên không bố thí pháp cho người ấy. Đó là có phạm, có vi việt; đây là vi phạm thuộc nhiễm.

Nếu do biếng nhác chây lười nên không bố thí pháp, đây là có phạm, có vi việt, nhưng là vi phạm phi nhiễm.

Hoặc do các người ngoại đạo đến dò xét sở đoản; hoặc mình lâm trọng bịnh, tâm cuồng loạn; hoặc bằng phương tiện ấy mà thuần phục người ấy, dẫn ra khỏi nơi bất thiện, đặt vào chỗ thiện; hoặc bản thân chưa thông suốt pháp ấy; hoặc nhận thấy người ấy không có tâm cung kính, không kính thuận, đến nghe bằng cử chỉ thiếu lễ độ; hoặc nhận biết người ấy có căn tánh chậm lụt dễ sinh tâm kinh sợ do bởi sự thuyết pháp và sự chứng đắc pháp môn vốn cao rộng, nên sẽ phát sinh tà kiến, tăng trưởng tà chấp, bị suy tổn và thiệt hại; hoặc nhận biết rằng khi sở hữu pháp, người ấy sẽ truyền lại không đúng người; vì vậy mà không bố thí pháp. Thảy đều không phạm.

Giới khinh 7: Không giáo giới.

Bồ tát, ôm tâm hiềm hận, tâm thù nghịch các hữu tình bạo ác, phạm giới; duyên bởi người ấy phạm giới, bạo ác, mà cố tình bỏ rơi, không chịu giúp đỡ. Đó là có phạm, có vi việt; đây là vi phạm thuộc nhiễm.

Nếu do biếng nhác, chây lười mà bỏ rơi, hay do quên lãng mà không giúp ích; đây là có phạm, có vi việt; nhưng là vi phạm phi nhiễm.

Vì sao vậy? Không phải các Bồ tát chỉ khởi tâm lân mẫn, muốn đem lại lợi ích cho các hữu tình mà các nghiệp thân, ngữ và ý hiện hành tịch tĩnh, trì giới thanh tịnh; nhưng Bồ tát cũng còn hành động hướng đến các hữu tình phạm giới, bạo ác, gây các nhân khổ.

Nếu vì tâm cuồng loạn; hoặc muốn bằng phương tiện ấy mà thuần phục

người kia, nói rộng như trước; hoặc vì để hộ trì tâm của nhiều hữu tình khác; hoặc chấp hành Tăng chế; vì thế cố tình bỏ rơi mà không giúp ích. Thảy đều không phạm.

Giới khinh 8: Thanh văn cộng học giới.

Bồ tát, như những già tội được đức Thế Tôn quy định trong Tì-nại-da biệt giải thoát, vì mục đích hộ trì tâm người khác, quy định những điều mà các Thanh văn không được phép làm, để cho các loại hữu tình mà những ai chưa có tịnh tín thì phát sinh tịnh tín, những ai đã có tịnh tín thì càng được tăng trưởng; trong các già tội ấy, Bồ-tát cùng với Thanh văn đồng tu học ngang nhau, không được bỏ qua.

Vì sao vậy? Các Thanh văn theo mục đích tự lợi là trên hết mà còn phải phụng hành không được bỏ qua để hộ trì người khác, khiến cho những hữu tình chưa có tín thì phát sinh tín, người đã có tín thì càng được tăng trưởng, vì vậy phải học những điều cần học; hà huống Bồ tát với mục đích lợi tha là trên hết.

Giới khinh 9: Thanh văn bất cộng học giới.

Lại nữa, những gì thuộc già tội được đức Thế Tôn quy định trong Tì-nại-da biệt giải thoát cho các Thanh văn, an trụ với ít tư hữu, ít bận rộn, ít mong chờ; trong những điều đó, Bồ tát không đồng học ngang các Thanh văn.

Vì sao vậy? Các Thanh văn vì mục đích tự lợi là trên hết, không đoái đến lợi tha; đối với lợi tha thì an trụ với ít tư hữu, ít bận rộn, ít mong chờ, đó là pháp đoan nghiêm.

Nhưng các Bồ tát vì mục đích lợi tha là trên hết, không đoái đến tự lợi, cho nên, đối với lợi tha mà an trụ với ít bận rộn, ít công việc, ít mong chờ, đó không phải là pháp đoan nghiêm.

Bồ tát vì sự lợi tha như vậy, được yêu cầu tùy ý, cho nên từ những trưởng giả, cư sĩ, bà-la-môn, vốn là những người không phải thân lý, yêu cầu từ họ hằng trăm nghìn tấm y, xem xét các hữu tình ấy có hay không có khả năng, tùy theo cần thiết mà thọ nhận.

Như nói về yêu cầu y, yêu cầu về bát cũng vậy.

Như yêu cầu y bát, cũng vậy, tự mình tìm cầu các thứ tơ sợi, rồi nhờ những người không phải thân lý may thành y. Vì mục đích lợi tha, nên chứa hàng trăm phu cụ bằng vải lụa, hằng trăm tọa ngọa cụ, các loại vàng, bạc, lên đến ức triệu, cho đến vượt qua con số đó, cũng nên nhận và tích lũy.

Trong những điều như vậy, an trụ với ít bận rộn, ít công việc, ít mong

cầu; đó là tội giả chế mà các Thanh văn bình đẳng tu học.

Bồ tát an trụ tịnh giới luật nghi của Bồ tát, nếu ở trong sự lợi tha mà ấp ủ tâm hiềm hận, tâm thù nghịch, để an trụ với ít tư hữu, ít bận rộn, ít mong cầu; đó là có phạm có vi việt; đây là vi phạm thuộc nhiễm.

Nếu do biếng nhác, chây lười, mà an trụ với ít bận rộn, ít công việc, ít mong chờ; đây là có phạm, có vi việt; nhưng là phạm phi nhiễm.

Bồ tát, bằng phương tiện thiện xảo, vì mục đích lợi tha, hiện hành một phần trong các tánh tội; do nhân duyên này mà đối với Bồ tát giới không có điều gì phạm, trái lại phát sinh nhiều phước đức.

Bồ tát khi thấy gian tặc, cường đạo, vì tham tài mà sát hại nhiều sinh mạng, hoặc dự định hại Đại đức Thanh văn, Độc giác, Bồ tát; hoặc dự định gây nhiều nghiệp vô gián; sau khi thấy như vậy, Bồ tát phát tâm tư duy: "Nếu ta dứt mạng sống của chúng sanh ác này, chắc chắn ta sẽ đọa địa ngục. Nhưng ta sẵn sàng sanh vào địa ngục; chớ để chúng sanh này tạo nghiệp vô gián rồi đọa địa ngục." Bồ tát tư duy bằng ý lạc như vậy, rồi với tâm thiện, hay tâm vô ký, biết rõ sự thể như vậy, nghĩ về tương lai với sự kinh sợ, và bằng tâm thương xót, mà dứt sinh mạng của chúng sanh ấy. Do bởi nhân duyên này, đối với Bồ tát giới không có điều gì phạm, trái lại phát sinh nhiều phước đức.

Lại nữa, khi Bồ tát thấy có vị lãnh chúa, hay tể quan uy quyền mà cực kỳ tàn ác đối với các hữu tình, chuyên hành áp bức kẻ khác. Sau khi thấy như vậy, Bồ tát khởi tâm thương xót, phát sinh ý hướng muốn làm lợi ích an lạc; tùy theo năng lực có thể mà tước bỏ, hoặc truất phế địa vị quyền uy ấy. Do nhân duyên này, đối với Bồ tát giới không có điều gì phạm, trái lại phát sinh nhiều phước đức.

Lại nữa, Bồ tát thấy gian tặc, cường đạo chiếm đoạt tài vật của người khác, hoặc chiếm đoạt nhiều vật của Tăng, hoặc vật của tháp. Sau khi chiếm đoạt nhiều tài vật, giữ làm của riêng cho mình, mặc tình thọ dụng. Bồ tát thấy như vậy bèn đoạt lại những vật ấy từ chúng, nghĩ rằng: "Chớ để chúng nó thọ dụng những tài vật như vậy rồi phải lãnh thọ những điều vô nghĩa vô lợi lâu dài." Bằng nhân duyên như vậy, Bồ tát đoạt lại vật của Tăng hoàn trả cho Tăng, của tháp hoàn trả cho tháp.

Hoặc thấy những người chấp sự, quản lý tăng viên, bằng ác hành mà xâm phạm vật của Tăng, hay của tháp, lấy làm của riêng mặc tình thọ dụng; thấy vậy, Bồ tát suy nghĩ:

"Chớ để chúng có hành vi như thế, thọ dụng một cách tà vạy rồi sẽ chịu khổ lâu dài vô nghĩa vô ích." Bồ tát bèn truất phế chúng khỏi chức vụ ấy. Do bởi nhân duyên như vậy, tuy Bồ tát lấy vật không được cho nhưng không có gì phạm, trái lại sinh nhiều phước đức.

Lại nữa, Bồ tát sống đời tại gia thấy có phụ nữ hiện không bị ràng buộc bởi ai, quen hành dâm dục; người ấy có tâm luyến ái Bồ tát, yêu cầu hành phi phạm hạnh. Bồ tát thấy như vậy, bèn suy nghĩ rằng: "Chớ để cho người ấy có tâm thù hận mà sinh nhiều điều phi phước. Nếu chìu theo ước muốn của nó, để cho nó bị khuất phục thì ta có thể dẫn đến chỗ thiện, gieo trồng thiện căn, cũng sẽ khiến nó bỏ nghiệp bất thiện." Trụ nơi tâm từ mẫn, Bồ tát hành phi phạm hành. Tuy hành pháp uế nhiễm như vậy, nhưng không có điều gì phạm, mà lại sinh nhiều phước đức.

Bồ tát xuất gia, vì hộ trì những điều thánh giáo Thanh văn không để cho phá hoại, tuyệt đối không được hành phi phạm hành.

Lại nữa, Bồ tát vì để giải thoát nhiều hữu tình khỏi các tai nạn nguy hiểm tính mạng, tai nạn bị giam cầm trói buộc, tai nạn bị chặt tay chân, xẻo mũi, cắt tai, móc mắt các thứ; nếu đó là những tai nạn cho chính bản thân dù để tự cứu Bồ tát vẫn không hề "biết mà cố ý nói dối"; nhưng vì để cứu thoát các hữu tình, biết nhưng suy nghĩ kỹ rồi cố ý nói dối. Tóm lại mà nói, Bồ tát chỉ vì liên quan đến nghĩa lợi, chứ không phải không nghĩa lợi, của các hữu tình; tự mình không có tâm vụ lợi, mà chỉ vì mang lại lợi ích cho chúng hữu tình, cho nên để che dấu điều mà mình biết rõ, bèn nói quanh sang điều khác. Khi nói những điều như vậy, đối với Bồ tát giới không có gì phạm, mà lại sinh nhiều phước đức.

Lại nữa, Bồ tát thấy các hữu tình bị lôi cuốn bởi bạn xấu, thân ái không rời bỏ. Bồ tát sau khi thấy vậy, khởi tâm từ mẫn, phát sinh ý hướng muốn mang lại lợi ích, an lạc, tùy theo năng lực có thể mà nói những điều ly gián, khiến cho tách rời bạn xấu, xả bỏ mối thân ái lẫn nhau, không để cho hữu tình ấy do thân cận bạn xấu mà sẽ lãnh thọ những điều vô nghĩa vô lợi lâu dài. Bồ tát bằng tâm giúp ích như vậy mà nói những điều ly gián, chia rẽ bằng hữu, không điều gì là vi phạm, mà lại phát sinh nhiều phước đức.

Lại nữa, Bồ tát khi thấy các hữu tình có hành vi vượt ngoài chánh đạo, hành những điều trái ngược chánh lý, bèn phát ra những lời thô bạo, kịch liệt khiển trách, hay đuổi đi, bằng phương tiện này khiến người ấy ra khỏi môi trường bất thiện, đứng vững trong môi trường thiện. Bồ tát bằng tâm giúp ích như vậy mà nói lời thô bạo với các hữu tình, không có điều gì vi phạm, mà lại phát sinh nhiều phước đức.

Lại nữa, Bồ tát thấy các hữu tình yêu thích xướng kỹ, ngâm vịnh, ca hát, hoặc ưa thích những đề tài vô nghĩa như về vua chúa, giặc cướp, ẩm thực, dâm đãng, đường xá. Bồ tát vốn đã tinh thông trong tất cả các đề tài ấy, bèn khởi tâm từ mẫn đối với các hữu tình ấy, phát sinh ý hướng muốn mang lại lợi ích, an lạc, nên hiện tiền trình diễn các thứ xướng kỹ, ngâm vịnh, ca hát, và bàn luận các đề tài như về vua chúa, giặc cướp, ẩm thực, dâm đãng, đường xá; làm hay nói những điều liên hệ tạp uế ngữ, với mục đích lôi cuốn các hữu tình ấy, khiến cho hoan hỷ, dễ dàng chi phối, bằng phương tiện mà dẫn ra khỏi môi trường bất thiện, đặt vững trong chỗ thiện. Bồ tát hiện hành tạp uế ngữ như vậy, không có điều gì là vi phạm, mà lại phát sinh ra nhiều phước đức.

Giới khinh 10: Trụ tà mạng.

Bồ tát, nếu sinh khởi giả trang, siểm nịnh, gợi ý, áp lực yêu sách, nhữ lợi cầu lợi, nếm vị pháp tà mạng, không có tâm tàm quý, chấp chặt không bỏ. Đó là có phạm, có vi việt; đây là vi phạm thuộc nhiễm.

Nếu vì để trừ khử điều đó mà khơi dậy ý nguyện, phát khởi chuyên cần tinh tấn, nhưng lại bị phiền não cực mạnh che lấp bản tâm khiến cho nó

vẫn thường xuyên trỗi dậy; đây là không phạm.

Giới khinh 11: Trạo cử động loạn.

Bồ tát, bị động loạn bởi trạo cử, tâm không tịch tĩnh, không thích tịch tĩnh, cười đùa lớn tiếng, quát tháo ồn ào, nhảy nhót bồng bột, chọc cười mọi người; với các duyên như vậy, đó là có phạm, có vi việt; đây là vi phạm thuộc nhiễm.

Nếu vì mất chánh niệm mà dấy động, đây là vi phạm phi nhiễm.

Nhưng vì để đoạn trừ điều đó mà phát khởi ước muốn, phát cần tinh tấn, chi tiết như trên; hoặc muốn bằng phương tiện ấy mà cởi mở sự hiềm hận nổi dậy nơi người khác, khiến cho chấm dứt; hoặc muốn giải tỏa sự sầu não cho người khác; hoặc người có bản tính ưa thích những điều như vậy, bằng phương tiện ấy mà để dắt dẫn, khiến cho kính thuận mà giữ gìn, nên chìu theo ý người ấy; hoặc có những hữu tình khác trong lòng nghi kỵ Bồ tát, ấp ủ hiềm hận, thù ghét chống đối, Bồ tát bên ngoài làm vẻ vui cười nhưng bên trong chứng tỏ thanh tịnh; tất cả những điều như vậy, thảy đều không phạm.

Giới khinh 12: Không cầu Niết bàn.

Bồ tát khởi lên kiến giải như vầy, lập nên thuyết lý như vầy: "Bồ tát không nên mong cầu Niết bàn; trái lại nên chán bỏ Niết bàn; không nên lo sợ các phiền não và tùy phiền não; không nên vì sợ mà tìm cách trừ diệt; không nên một mực sinh tâm yểm ly; vì Bồ tát phải trải qua bao vô số kiếp trôi lăn trong sinh tử, cầu Đại bồ đề." Nếu nêu lên lý thuyết như vậy, đó là có phạm, có vi việt; đây là vi phạm thuộc nhiễm.

Vì sao vậy? Như các Thanh văn mong cầu thân cận Niết bàn, tâm hết sức nhàm tởm các phiền não và tùy phiền não; cũng vậy, Bồ tát mong cầu, thân cận Đại Niết bàn, tâm hết sức nhàm tởm phiền não còn gấp trăm ức triệu lần. Các Thanh văn với mục đích đạt được nghĩa lợi vì một thân mình mà siêng năng tu chánh hành; Bồ tát chứng đắc nghĩa lợi vì hết thảy hữu tình nên siêng năng tu tập chánh hành.

Vì vậy, Bồ tát, tuy không phải là A-la-hán, cần phải siêng năng tu tập tâm không tạp nhiễm, tùy thuận tu hành trong các sự thể hữu lậu, thành tựu pháp không tạp nhiễm tối thắng vượt lên trên các A-la-hán.

Giới khinh 13: Không hộ trì thanh danh.

Bồ tát, tự thân có ngôn từ hạ đẳng phát lên những lời không thể chấp nhận, bị bêu xấu, ô danh, mà không thủ hộ, không tẩy trừ ô danh nếu sự ô danh có cơ sở xác thực. Đó là có phạm, có vi việt. Đây là vi phạm thuộc nhiễm. Nếu không phải là sự thật có cơ sở mà không tẩy trừ, đó gọi là có phạm, có vi việt, nhưng là vi phạm phi nhiễm.

Nhưng nếu đó là ngoại đạo hay bất cứ người nào khác mà cố chấp; hoặc nhân bởi mình là người xuất gia, nhân bởi hành trì khất thực, nhân bởi tu thiện hành, mà bị đồn đãi với tiếng xấu; hoặc người có tâm đảo lộn do bị chi phối bởi phẫn nộ, khiến phát sinh tiếng xấu; thảy đều không phạm.

Giới khinh 14: Không chiết phục chúng sanh.

Bồ tát, thấy có những hữu tình cần phải áp dụng các hình thức khổ nhọc nghiêm khắc, áp dụng biện pháp cứng mạnh, mới khiến đạt được nghĩa lợi; nhưng vì giữ gìn không khiến chúng ưu não nên không thực hiện; đó là có phạm, có vi việt. Đây là vi phạm thuộc nhiễm.

Nhưng vì nhận thấy nghĩa lợi trong đời này chỉ được chút ít, do nhân duyên này mà ưu não lại nhiều, đây là không phạm.

Giới khinh 15: Bị mắng mắng trả.

Bồ tát, khi bị người khác mắng mà mắng trả, bị người sân mà sân trả, bị người đánh mà đánh trả, bị người trêu mà trêu trả; đó là có phạm, có vi việt; đây là vi phạm thuộc nhiễm.

Giới khinh 16: Không nhẫn sám hối.

Bồ tát, khi mình có xúc phạm đến hữu tình khác; hoặc bị nghi ngờ có xúc phạm, do tâm hiềm hận, hoặc bị kiêu mạn khống chế, nên không chịu đề nghị sám tạ thích đáng, xem nhẹ mà bỏ qua; đó là có phạm có vi việt; đây là vi phạm thuộc nhiễm.

Nếu do biếng nhác chây lười mà xem nhẹ bỏ qua; đây là có phạm, có vi việt, nhưng là vi phạm phi nhiễm.

Hoặc muốn bằng phương tiện ấy mà thuần phục, giáo dục người kia, dẫn ra khỏi môi trường bất thiện, đặt vững vào chỗ thiện; hoặc đó là người ngoại đạo; hoặc người ấy yêu cầu phải hiện hành những điều đáng chê trách, phi pháp, mới chịu nhận sự hối lỗi; hoặc hữu tình ấy bản tính ưa hay gây gỗ, hay tranh chấp, nhân khi hối lỗi lại càng tăng thêm phẫn nộ; hoặc biết rõ người ấy có tính kham nhẫn, thể chất không hay hiềm hận, nhân bởi nhận sự sám tạ do người khác hối lỗi mà hết sức hổ thẹn, vì vậy không đến hối lỗi. Thảy đều không phạm.

Giới khinh 17: Không nhận hối lỗi.

Bồ tát, trong một tránh sự nào đó với người mà người ấy sau đó nhượng bộ, rồi lại như pháp đến chân thành hối lỗi; nhưng do tâm hiềm hận, muốn gây não loạn người khác nên không chịu nhận sự hối lỗi ấy; đó là có phạm, có vi việt. Đây là vi phạm thuộc nhiễm. Nhưng nếu do bản tính không kham nhẫn mà không nhận sự sám tạ, dù không có tâm hiềm hận, đây cũng là vi phạm thuộc nhiễm.

Nếu muốn bằng phương tiện ấy mà khuất phục, giáo dục người ấy, nói rộng, hoàn toàn như trên; hoặc người ấy không chân thành hối lỗi đúng như pháp, nên không chịu nhận sự hối lỗi ấy; thảy đều không phạm.

Giới khinh 18: Oán hận không nguôi.

Bồ tát, ấp ủ tâm tư phẫn hận đối với các hữu tình khác, kiên trì liên tục, chấp chặt không bỏ mối hận đã phát sinh; đó là có phạm, có vi việt. Đây là vi phạm thuộc nhiễm.

Nhưng vì mục đích đoạn trừ tâm tư ấy nên phát khởi ý dục, như được nói ở trên, thảy đều không phạm.

Giới khinh 19: Nhiễm tâm ngự chúng.

Bồ tát, bị chi phối bởi tham đắm sự cung phụng và phục dịch, bằng tâm vụ lợi mà quản lãnh chúng hội, đó là có phạm, có vi việt. Đây là vi phạm thuộc nhiễm.

Nếu quản lý chúng hội không vì tham sự cung phụng và hầu hạ, không dụng tâm vụ lợi, thảy đều không phạm.

Giới khinh 20: Đam trước thụy miên

Bồ tát, biếng nhác chây lười, tham đắm lạc thú ngủ nghỉ, ưa nằm, ưa tựa lưng, một cách phi thời phi lượng; đó là có phạm, có vi việt. Đây là vi phạm thuộc nhiễm.

Nhưng nếu vướng mắc bệnh tật, không có năng lực, hoặc vì đi đường mệt mỏi; hoặc vì để đoạn trừ những điều ấy mà phát khởi ý dục, chi tiết như đã nói trên, thảy đều không phạm.

Giới khinh 21: Quần tụ phí thời

Bồ tát với tâm mê say tụ hội đông đảo để thời gian luống trôi, đó là có phạm, có vi việt. Đây là vi phạm thuộc nhiễm. Còn nếu do thất niệm mà để thời gian luống trôi; đây là có phạm, có vi việt, nhưng vi phạm thuộc phi nhiễm.

Nhưng nếu có người gọi, vì để tùy thuận người ấy, mà lắng nghe trong chốc lát với sự an trú chánh niệm; hoặc có sự việc hy kỳ, tạm thời hỏi người ấy, hoặc trả lời câu hỏi của người khác; thảy đều không phạm.

Giới khinh 22: Không cầu học thiền.

Bồ tát vì mục đích trụ tâm, vì muốn định tâm, nhưng lại ấp ủ thù hận, bị ức chế bởi kiêu mạn, không tìm thầy thỉnh cầu chỉ giáo; đó là có phạm, có vi việt. Đây là vi phạm thuộc nhiễm. Nếu vì biếng nhác chây lười mà không thỉnh cầu, đây là vi phạm thuộc phi nhiễm.

Nhưng nếu vướng mắc bệnh tật, không có năng lực; hoặc biết vị thầy ấy giảng dạy một cách điên đảo; hoặc tự mình đa văn, có đủ trí lực để khiến cho tâm định; hoặc trước đó đã nhận được những điều cần dạy bảo. Trong các trường hợp ấy mà không thỉnh cầu, thảy đều không phạm.

Giới khinh 23: Không trừ chướng cái

Bồ tát, bám trụ dục tham chướng cái đã khởi mà không xả trừ; đó là có phạm, có vi việt. Đây là vi phạm thuộc nhiễm.

Nếu vì mục đích đoạn trừ dục tham đã sinh mà phát cần tinh tấn, nhưng do tâm bị ức chế bởi phiền não mãnh liệt nên nó vẫn thường hiện hành. Cũng như tham dục chướng cái, cũng vậy, sân nhuế, hôn trầm và thụy miên, trạo cử và ố tác, và chướng cái nghi. Thảy đều không phạm.

Giới khinh 24: Tham vị tĩnh lự.

Bồ tát, tham nếm vị ngọt tĩnh lự, thấy có phẩm chất tốt nơi vị ngọt tĩnh lự; đó là có phạm, có vi việt. Đây là vi phạm thuộc nhiễm. Nhưng vì để đoạn trừ nó mà phát khởi ý dục, chi tiết như đã nói trên. Thảy đều không phạm.

Giới khinh 25: Hủy báng Thanh văn thừa.

Bồ tát, có quan điểm như vậy, có chủ trương như vậy, rằng "Bồ tát không nên nghe học, không nên thọ trì pháp giáo tương ưng Thanh văn thừa, không nên tu học trong đó. Bởi vì, Bồ tát cần gì phải nghe học pháp giáo tương ưng Thanh văn thừa? Ích gì mà nỗ lực tu học trong đó?" Đó là có phạm, có vi việt. Đây là vi phạm thuộc nhiễm.

Vì sao vậy? Bồ tát đối với kinh điển, luận thuyết của ngoại đạo còn phải tinh cần nghiên cứu, huống nữa là lời Phật.

Nhưng vì muốn khiến cho những người chỉ một hướng tu tập tiểu pháp xả bỏ ý dục ấy nên mới thuyết như vậy; đây là không phạm.

Giới khinh 26: Xả đại học tiểu.

Bồ tát, trong khi hiện hữu Bồ tát tạng mà hoàn toàn không quan tâm đến Bồ tát tạng, để một mực tu học Thanh văn tạng; đó là có phạm, có vi việt. Đây là vi phạm thuộc phi nhiễm.

Giới khinh 27: Xả nội học ngoại.

Bồ tát, trong khi hiện hữu Phật ngôn giáo, không tinh cần nghiên cứu Phật ngôn giáo, mà lại tinh cần nghiên cứu các luận thư của dị học

và ngoại luận; đó là có phạm, có vi việt. Đây là vi phạm thuộc nhiễm.

Nhưng nếu Bồ tát là người cực kỳ thông tuệ, khả năng ghi nhớ rất nhanh, trải qua thời gian lâu dài mà không quên sót, có năng lực tư duy và thông đạt ý nghĩa ấy; hoặc thành tựu tuệ giác không dao động cùng song hành với sự quán sát như lý trong ngôn giáo của Phật; trong mỗi ngày, thường dành hai phần cho việc tu học Phật ngữ, một phần học ngoại điển; như vậy thì không phạm.

Giới khinh 28: Chuyên học dị luận.

Bồ tát, tuy không vượt quá thuận tự nói trên, nhưng đối với các luận điển dị đạo, luận thư ngoại giáo mà cố học thiện xảo, thâm tâm trân quý thưởng ngoạn, say mê thưởng thức, trong khi tiếp cận mà không xem đó như là thuốc đắng; đó là có phạm, có vi việt. Đây là vi phạm thuộc nhiễm.

Giới khinh 29: Bài bác thâm nghĩa.

Bồ tát, nghe đến những chỗ sâu xa, hay pháp nghĩa chân thật tối thắng thậm thâm trong Bồ tát tạng, hoặc thần lực bất khả tư nghị của chư Phật và Bồ tát, mà không phát sinh tín giải, lại hủy báng cho là không dẫn đến mục đích, không dẫn đến pháp, không phải là điều được Như Lai thuyết, không vì tăng ích và an lạc cho các chúng sanh; đó gọi là có phạm, có vi việt. Đây là vi phạm thuộc nhiễm. Sự phỉ báng như vậy hoặc chính mình tác ý một cách không như lý; hoặc tùy thuận theo người khác mà nói như vậy.

Bồ tát an trụ luật nghi tịnh giới của Bồ tát, khi nghe đến chỗ thậm thâm, tối thậm thâm, mà trong lòng không có tín giải, Bồ tát bấy giờ nên cố gắng tín thọ, cần phải học như vầy: "Đây không phải là điều tốt đẹp cho ta, đui mù, không có mắt, nên mới huỷ báng điều được Như Lai tuyên thuyết bằng con mắt huệ, duy chỉ bằng con mắt của Như Lai mà tùy thuận tu hành, nhưng lại phỉ báng điều mà Như Lai nói bằng mật ý." Bồ tát tự đặt mình vào chỗ vô tri như vậy, chỉ do kính ngưỡng mà quán sát rằng Như Lai không có điều gì là không thấy biết một cách trực tiếp trong các pháp của chư Phật. Chân chánh hành trì như vậy, không có gì vi phạm. Tuy không có tín giải nhưng không phải là phỉ báng.

Giới khinh 30: Khen mình chê người

Bồ tát, có tâm vụ lợi, có tâm thù nghịch đối với người khác, tự khen mình, chê người, đó là có phạm, có vi việt. Đây là vi phạm thuộc nhiễm.

Nhưng vì mục đích chiết phục ngoại đạo, duy trì Thánh giáo tồn tại; hoặc muốn bằng phương tiện ấy mà thuần phục kẻ ấy, chi tiết như đã nói trên; hoặc muốn khiến cho người chưa có tịnh tín phát sinh tịnh tín, người đã có tịnh tín càng được tăng trưởng. Đây là không phạm.

Giới khinh 31: Kiêu không nghe pháp.

Bồ tát, nghe biết có sự thuyết pháp, quyết nghĩa đàm luận pháp, nhưng tâm bị chế ngự bởi kiêu mạn, ấp ủ hiềm hận, thù nghịch, không đến dự nghe; đó là có phạm, có vi việt. Đây là vi phạm thuộc nhiễm.

Nếu do bị chi phối bởi biếng nhác, chây lười nên không đến dự nghe; đây là vi phạm phi nhiễm.

Nhưng nếu do không hay biết; hoặc có bệnh tật, không có năng lực; hoặc biết người kia thuyết điên đảo, hoặc vì để hộ trì tâm của vị thuyết pháp kia, hoặc biết rõ rằng vấn đề đã được nghe nhiều lần, được ghi nhớ, ý nghĩa đã liễu tri; hoặc mình là người đa văn, có khả năng nghe nhớ, tích lũy những điều đã được nghe; hoặc đang tinh cần dẫn phát định thù thắng của Bồ tát, đang an

trụ tâm trên đối tượng không muốn làm gián đoạn; hoặc tự biết mình là hạng trí tuệ ngu độn thượng phẩm, ngu độn nên khó nghe hiểu, khó ghi nhớ pháp được nghe, khó nhiếp tâm tập trung trên đối tượng. Thảy đều không phạm.

Giới khinh 32: Khinh hủy pháp sư. Bồ tát, có ý khinh hủy pháp sư, không hết sức kính trọng, chế nhạo, trêu chọc, chỉ y văn mà không y nghĩa, đó là có phạm, có vi việt. Đây là vi phạm thuộc nhiễm.

Giới khinh 33: Không đến trợ bạn. Bồ tát, do tâm hiềm hận, tâm thù nghịch, không đến trợ bạn cho các hữu tình trong những việc cần làm, nghĩa là không hỗ trợ trong khả năng giải quyết các việc cần làm, hoặc trong sự đi lại trên các nẻo đường, hoặc trong nỗ lực thực hiện những nghiệp vụ chân chánh, hoặc trong sự quản lý an toàn tài sản, hoặc sự hòa giải những chia rẽ bất hòa, hoặc trong các lễ hội, hoặc trong các phước nghiệp; đó là có phạm, có vi việt. Đây là vi phạm thuộc nhiễm.

Nếu vì biếng nhác, chây lười mà không trợ bạn; đây là vi phạm phi nhiễm.

Nếu nhuốm bệnh tật, không có năng lực; hoặc biết người kia tự mình đủ sức chu tất, biết người yêu cầu ấy tự có chỗ nhờ cậy; hoặc biết việc yêu cầu làm ấy dẫn đến chỗ phi nghĩa, phi pháp; hoặc muốn bằng phương tiện ấy mà điều phục người ấy, chi tiết như đã được nói; hoặc trước đó đã hứa làm trợ bạn cho người khác rồi; hoặc tùy thuận người ấy mà chuyển thỉnh cầu đến người khác có năng lực hơn; hoặc không muốn tạm thời gián đoạn sự đang tu tập các phẩm thiện; hoặc bản tính ngu độn, như đã nói ở trên; hoặc vì muốn hộ trì tâm của đại đa số người khác; hoặc vì muốn chấp hành Tăng chế. Vì vậy không trợ bạn, thảy đều không phạm.

Giới khinh 34: Không chăm sóc bệnh

Bồ tát, khi gặp các hữu tình mắc phải tật bệnh nặng, mà vì tâm hiềm hận, tâm thù nghịch nên không đến chăm sóc; đó là có phạm, có vi việt. Đây là vi phạm thuộc nhiễm. Nếu vì bị che lấp bởi biếng nhác, chây lười mà không đến chăm sóc, đây là vi phạm phi nhiễm.

Nhưng nếu chính mình cũng đang bệnh, không có năng lực; hoặc tùy thuận người bệnh chuyển thỉnh cầu đến người khác có năng lực hơn; hoặc biết người bệnh có chỗ nương tựa, có chỗ cậy nhờ; hoặc biết người bệnh tự có sức lực có thể tự chăm sóc; hoặc biết người ấy vướng bệnh lâu dài, có thể kham tự điều trị; hoặc vì đang tinh cần tu tập không gián đoạn phẩm thiện thù thắng vô thượng, rộng lớn, với mục đích hộ trì các phẩm thiện không bị khuyết giảm; hoặc tự biết mình thuộc hạng trí tuệ ngu độn thượng phẩm, ngu độn nên khó nghe hiểu, khó ghi nhớ pháp được nghe, khó nhiếp tâm tập trung trên đối tượng; hoặc trước đó đã hứa chăm sóc người khác.

Như chăm sóc người bệnh, trợ bạn cho người khốn khổ để dứt trừ khổ bức ấy, nên biết, cũng vậy. Thảy đều không phạm.

Giới khinh 35: Không ngăn nhân khổ

Bồ tát, thấy có các hữu tình vì săn đuổi theo mục đích trong đời này và đời sau mà làm những việc trái đạo lý, nhưng vì tâm hiềm hận, tâm thù nghịch, nên không giảng giải đạo lý; đó là có phạm, có vi việt. Đây là vi phạm thuộc nhiễm.

Nếu vì biếng nhác chây lười mà không giảng giải, đây là vi phạm phi nhiễm.

Nhưng nếu tự mình vô trí, không có năng lực; hoặc thỉnh chuyển người khác có năng lực hơn; hoặc chính người ấy tự mình có năng lực hơn; hoặc người ấy có thiện tri thức bảo bọc; hoặc muốn bằng phương tiện ấy mà thuần phục người ấy, chi tiết như đã nói trên; hoặc biết rằng nếu giảng thuyết đạo lý thì nó có thể khởi tâm hiềm hận, hoặc có thể phát ra lời hung dữ, ghi nhận điên đảo, không có ái kính, bản tính ngoan cố. Vì vậy nên không giảng giải, thảy đều không phạm.

Giới khinh 36: Không báo đáp ân nghĩa.

Bồ tát, đối với các hữu tình trước đó đã có gia ân, mà không biết đến ân huệ, không cảm ân huệ, do tâm hiềm hận, tâm thù nghịch mà không muốn hiện tiền đền đáp thích đáng; đó là có phạm, có vi việt. Đây là vi phạm thuộc nhiễm.

Nếu vì biếng nhác chây lười mà không hiện tiền đền đáp; đây là vi phạm phi nhiễm.

Nhưng nếu nỗ lực dụng công mà không có khả năng, không đủ lực để

đền đáp; hoặc muốn bằng phương tiện ấy mà thuần phục người ấy, chi tiết như đã nói; hoặc muốn báo ân mà người ấy không nhận. Thảy đều không phạm.

Giới khinh 37: Không an ủi hoạn nạn

Bồ tát, thấy có hữu tình gặp phải tai nạn, mất mát tài sản, quyến thuộc, lộc vị, nên phát sinh nhiều sầu khổ, nhưng do tâm hiềm hận, tâm thù nghịch, Bồ tát không đến giải tỏa; đó là có phạm, có vi việt. Đây là vi phạm thuộc nhiễm.

Nếu vì biếng nhác chây lười, không đến đó giải tỏa; đây là vi phạm phi nhiễm.

Nên biết, như trên, trong điều học không trợ bạn cho người trong các nghiệp vụ. Thảy đều không phạm.

Giới khinh 38: Không thí tài vật.

Bồ tát, có đủ các nhu yếu sinh tồn, các thứ ẩm thực, v.v…, khi có người đến cầu xin những thứ như thức ăn, thức uống, mà do tâm hiềm hận, tâm thù nghịch, không chịu cung cấp cho; đó là có phạm, có vi việt. Đây là vi phạm thuộc nhiễm. Nếu

do biếng nhác chây lười, buông lung, nên không thí phát cho; đây là vi phạm phi nhiễm.

Nhưng nếu mình hiện không có tài vật gì để có thể cho; hoặc người ấy đến xin những thứ không như pháp, vật không thích hợp; hoặc muốn bằng phương tiện ấy mà thuần phục người ấy, chi tiết như đã nói; hoặc người đến cầu xin không phù hợp với pháp của vua, vì để chấp hành ý của vua, hoặc chấp hành Tăng chế. Vì như vậy mà không huệ thí, thảy đều không phạm.

Giới khinh 39: Không nhiếp chúng như pháp.

Bồ tát, an lập chúng hội nhưng tâm ấp ủ hiềm hận, nên không tùy thời chân chánh giáo thọ, chân chánh giáo giới, biết chúng thiếu thốn mà không đi đến các bà-la-môn, gia chủ, những người có tịnh tín, như pháp cầu xin các thứ y phục, ẩm thực, các dụng cụ nằm ngồi, thuốc thang trị bệnh, dụng cụ linh tinh, để tùy thời cung cấp, đó là có phạm, có vi việt. Đây là vi phạm thuộc nhiễm.

Nếu do biếng nhác chây lười, buông lung, mà không đến giáo thọ, không đến giáo giới, không vì chúng mà tìm cầu nhu dụng; đây là vi phạm phi nhiễm.

Nhưng nếu bằng phương tiện ấy để thuần phục chúng, giáo dục chúng, chi tiết như đã nói; hoặc chấp hành Tăng chế; hoặc mình vương tật bệnh, không có năng lực để thực hiện; hoặc chuyển thỉnh cầu người khác có năng lực hơn; hoặc biết đồ chúng được mọi người biết đến, có phước đức lớn, mỗi người bằng tự lực có thể tự mình tìm cầu y vật các thứ; hoặc đã giáo thọ, giáo giới những gì cần giáo thọ, cần giáo giới; hoặc biết trong chúng có người trước kia là ngoại đạo, vì mục đích trộm pháp nên gia nhập trong chúng, nó có thể thuộc loại không kham giáo dục. Thảy đều không phạm.

Giới khinh 40: Không tùy thuận chúng sanh.

Bồ tát, do ấp ủ tâm hiềm hận, không tùy thuận theo tâm của người khác;

đó là có phạm, có vi việt. Đây là vi phạm thuộc nhiễm.

Nếu do biếng nhác chây lười, buông lung, mà không tùy thuận; đây là vi phạm phi nhiễm.

Nhưng nếu điều mà người yêu thích, không thích hợp cho người ấy; hoặc mình có bệnh tật, không có năng lực, không đủ sức để thực hiện; hoặc chấp hành Tăng chế; hoặc điều mà người ấy yêu thích tuy có thích hợp cho người ấy nhưng không thích hợp cho số đông, không phải điều mà số đông yêu thích;

hoặc vì mục đích hàng phục các ngoại đạo; hoặc muốn phương tiện thuần phục người ấy, chi tiết như đã nói. Vì vậy không tùy thuận theo tâm ấy, thảy đều không phạm.

Giới khinh 41: Không tán thán hữu đức.

Bồ tát, do ấp ủ tâm hiềm hận, không muốn đề cao phẩm đức chân thật của người khác, không muốn khen tốt danh dự xứng đáng của người khác, không tán thán "Thiện tai!" đối với điều hay đẹp được giảng thuyết bởi người khác; đó là có

phạm, có vi việt. Đây là vi phạm thuộc nhiễm.

Nếu do biếng nhác chây lười, buông lung, mà không đề cao, tán thán các thứ, đây là vi phạm thuộc phi nhiễm.

Nhưng nếu nhận biết người ấy có bản tính ưa thiểu dục, vì để hộ trì tâm ý của người ấy; hoặc mình có bệnh, không có năng lực; hoặc muốn bằng phương tiện ấy thuần thục người kia, chi tiết như đã nói; hoặc chấp hành Tăng chế; hoặc nhận biết, do duyên đề cao, tán thán này mà khơi dậy nơi người ấy tạp nhiễm kiêu mạn, cống cao, dẫn đến điều vô nghĩa vô ích, vì mục đích ngăn chặn những lỗi lầm như vậy; hoặc biết đức của người ấy chỉ là tương tợ đức chứ không là đức chân thật; hoặc nhận biết danh dự của người ấy tuy có vẻ như là danh dự tốt nhưng kỳ thực không xứng đáng danh dự, hoặc biết điều hay đẹp được nói ấy chỉ là hay đẹp vẻ ngoài chứ không chân thật phải là hay đẹp; hoặc vì mục đích hàng phục ngoại đạo; hoặc đợi người ấy ngôn luận hoàn tất rồi mới đề cao. Thảy đều không phạm.

Giới khinh 42: Không thi hành chiết phục.

Bồ tát, thấy có các hữu tình đáng bị khiển trách, đáng bị phạt, đáng bị khu tẫn, nhưng do tâm nhiễm ô mà không khiển trách; hoặc tuy khiển trách mà không giáo giới chính đáng bằng trị phạt; hoặc tuy giáo giới trị phạt chính đáng, mà không khu tẫn; đó là có phạm, có vi việt. Đây là vi phạm thuộc nhiễm.

Nếu do biếng nhác, chây lười, buông lung mà không khiển trách, cho đến khu tấn; đây là vi phạm phi nhiễm.

Nhưng nếu biết rõ người kia không thể chữa trị, không thể nói chuyện với, ưa nói lời thô lỗ, hay sanh nhiều hiềm hận, do đó nên bỏ rơi; hoặc quán sát đợi thời cơ; hoặc nhận xét do nhân duyên này mà khơi dậy đấu khẩu, đấu loạn, kiện tụng, tranh luận huyên náo; hoặc khiến phân hóa luật nghi; hoặc biết người ấy trong lòng không siểm khúc,

thành tựu tàm quý cực kỳ mãnh liệt, sẽ nhanh chóng hoàn tịnh. Vì vậy mà không khiển trách, cho đến tận xuất, thảy đều không phạm.

Giới khinh 43: Không thần lực nhiếp phục.

Bồ tát, thành tựu đầy đủ nhiều hình thức uy lực biến hiện thần thông khác nhau, nhưng với mục đích đe dọa các chúng sanh cần phải đe dọa, để dẫn tiếp chúng đáng được dẫn tiếp, và để tránh né tín thí mà không hiện thần thông để đe dọa, dẫn nhiếp; đó là có phạm, có vi việt. Đây là vi phạm thuộc phi nhiễm.

Nhưng nếu biết trong đó các loại hữu tình phần lớn ương ngạnh, đó là ngoại đạo phỉ báng hiền thánh, thành tựu tà kiến. Vì vậy mà không hiện thần thông để dẫn dụ; đây là không phạm.

Lại nữa, mọi trường hợp không phạm: nếu tâm vị ấy cực kỳ cuồng loạn; hoặc bị bức thiết bởi cảm thọ khổ cực nặng; hoặc chưa từng lãnh thọ luật nghi tịnh giới. Nên biết, tất cả trường hợp ấy thảy đều không phạm.

Như vậy thâu tóm tất cả những phận sự Bồ tát cần phải làm. Tức là, để cho tâm được an trụ trong hiện pháp lạc trụ, thân không mệt mỏi, thành thục Phật pháp, thành thục hữu tình.

Như vậy, Bồ tát có ngần ấy tịnh giới của Bồ tát, ngần ấy công đức thù thắng của tịnh giới, ngần ấy phận sự cần làm của tịnh giới. Duy chỉ ngần ấy, ngoài đó ra, không còn gì hoặc vượt quá, hoặc nhiều hơn.

Bồ tát quá khứ cầu đại bồ đề đã từng tu học trong đó. Bồ tát vị lai cầu đại bồ đề cũng sẽ tu học trong đó. Bồ tát hiện tại, trong các thế giới vô biên vô tế khắp trong mười phương, cầu đại bồ đề, thảy đều đang tu học trong đó.

TIẾP TỤNG:

MA HA BÁT NHÃ BA LA MẬT ĐA TÂM KINH

Quán Tự Tại Bồ tát, hành thâm Bát nhã Ba la mật đa thời, chiếu kiến ngũ uẩn giai không, độ nhất thiết khổ ách.

Xá Lợi Tử! Sắc bất dị không, không bất dị sắc, sắc tức thị không, không tức thị sắc, thọ, tưởng, hành, thức, diệc phục như thị.

Xá Lợi Tử! Thị chư Pháp không tướng, bất sanh, bất diệt, bất cấu, bất tịnh, bất tăng, bất giảm. Thị cố không trung, vô sắc, vô thọ, tưởng, hành, thức; vô nhãn, nhĩ, tỷ, thiệt, thân, ý; vô sắc, thinh, hương, vị, xúc, pháp; vô nhãn giới, nãi chí vô ý thức giới, vô vô minh diệc, vô vô minh tận, nãi chí vô lão tử, diệc vô lão tử tận; vô khổ, tập, diệt, đạo; vô trí diệc vô đắc.

Dĩ vô sở đắc cố, Bồ đề tát đỏa y Bát nhã ba la mật đa cố, tâm vô quái ngại; vô quái ngại cố, vô hữu khủng bố, viễn ly điên đảo mộng tưởng, cứu cánh Niết bàn.

Tam thế chư Phật, y Bát nhã ba la mật đa cố, đắc A nậu đa la tam miệu tam bồ đề.

Cố tri Bát nhã Ba la mật đa, thị đại thần chú, thị đại minh chú, thị vô thượng chú, thị vô đẳng đẳng chú năng trừ nhứt thiết khổ, chơn thiệt bất hư.

Cố thuyết Bát nhã ba la mật đa chú, tức thuyết chú viết:

Yết đế yết đế, ba la yết đế, ba la tăng yết đế, Bồ đề tát bà ha. (3 lần)

HỒI HƯỚNG:

Tụng giới công đức thù thắng hạnh

Vô biên thắng phước giai hồi hướng

Phổ nguyện pháp giới chư chúng sanh

Tốc vãng vô lượng quang Phật sát.

Nguyện sanh Tịnh độ ở phương Tây

Chín phẩm hoa sen là cha mẹ

Hoa nở thấy Phật, chứng vô sanh

Bồ tát Bất thối là bè bạn.

Nguyện đem công đức này

Hướng về khắp tất cả

Đệ tử và chúng sanh

Đều trọn thành Phật đạo.

PHỤC NGUYỆN:

Đạo thọ Bồ đề,

Nảy sanh cành lá,

Đàm hoa Bát Nhã,

Tươi đẹp sắc hương.

Mây lành che mát muôn phương,

Mưa pháp thấm nhuần mọi vật.

Huy hoàng tuệ nhật,

Sáng chói từ quang.

Nhờ đó: An cư lạc nghiệp xóm làng,

Thạnh trị thái bình đất nước.

Tăng Ni hưởng phước,

Lạc đạo an bần,

Thiện tín triêm ân,

Tu thân giữ đạo.

LỄ TAM TỰ QUY Y:

Tự quy y Phật, nên nguyện chúng sanh, thể theo đạo cả, phát lòng vô thượng. (1 lạy)

Tự quy y Pháp, nên nguyện chúng sanh, thấu rõ kinh tạng, trí huệ như biển. (1 lạy)

Tự quy y Tăng, nên nguyện chúng sanh, bao gồm đại chúng, hết thảy không ngại. (1 lạy)

- Hòa nam (Kính Lạy)

- Thánh chúng (Chư thánh)

HỒI HƯỚNG

Nguyện đem công đức này
Dâng cúng mười phương Phật
Phước lành xin hồi hướng
Cho tất cả chúng sinh
Nguyện đồng chứng Phật thân
Nguyện đồng thành Phật đạo

www.ingramcontent.com/pod-product-compliance
Lightning Source LLC
LaVergne TN
LVHW041712060526
838201LV00043B/688